AF758806

അനിത കെ. കാര

കണ്ണൂർ ജില്ലയിലെ ചിറ്റാരിപ്പറമ്പിൽ മൂലായി നാണുവിന്റെയും കാഞ്ഞാൻ ദേവുവിന്റെയും മകൾ. ചിറ്റാരിപ്പറമ്പ ഗവൺമെന്റ് ഹൈസ്കൂൾ, നിർമ്മല ഗിരി കോളേജ് കൂത്തുപറമ്പ്. എന്നിവിടങ്ങളിൽ വിദ്യാഭ്യാസം. ഇപ്പോൾ മട്ടന്നൂരിൽ എയർപോർട്ട് വാർഡിലെ കാരയിലെ അഞ്ജലിയിൽ താമസം. ഇതിനു മുമ്പ് ഓർമ്മച്ചെപ്പ്, പട്ടുപാവാട എന്നീ രണ്ടു കഥാസമാഹാരങ്ങൾ പ്രസിദ്ധീകരിച്ചിട്ടുണ്ട്. എഴുത്തിനൊപ്പം കുടുംബശ്രീ പ്രവർത്തനവും മറ്റു സാമൂഹ്യസാംസ്കാരിക പ്രവർത്തനങ്ങളുമായി മുന്നോട്ട് പോവുന്നു. തൃശ്ശൂർ കിലയിൽ വെച്ച് നടന്ന സർഗ്ഗം 2022 കഥാ മൽസരത്തിൽ പങ്കെടുത്തു വിജയിച്ചിട്ടുണ്ട്.

ഭർത്താവ് : പി ഗോപാലൻ (PWD കോൺട്രാക്ടർ)

മക്കൾ : ശിഖിൻ കെ. (ടെക്നിക്കൽ അസിസ്റ്റന്റ് തില്ലങ്കേരി ഗ്രാമപഞ്ചായത്ത്)
ശാലിൻ കെ. (എഞ്ചിനീയർ. തിരുവനന്തപുരം എയർപോർട്ട്)
ശാഖിൻ കെ. (എയർഏഷ്യ ബാംഗ്ലൂർഎയർപോർട്ട്)

വിലാസം : 'അഞ്ജലി', കാര. പേരാവൂർ (PO), മട്ടന്നൂർ, കണ്ണൂർ.

ഫോൺ : 8078211093

ഇ-മെയിൽ : anitha kanhan @gmail.com

Malayalam Language
Ottaykkoru Meen
(Poems)
by
Anitha K. Kara
♦
Published in February 2023
by Kairali Books Private Limited
Thalikkavu Road, Kannur.
Ph : 0497-2761200
E-Mail : kairalibooksknr@gmail.com
♦
Cover Design
Prasanth Mangad
♦
Printed at
Printing Park, Tly.

Price ₹ :170.00
106/22-23/Sl.No.1414/500/NS 18.6
ISBN 978-93-94472-45-7

ഒറ്റയ്ക്കൊരു മീൻ

അനിത കെ. കാര

കൈരളി ബുക്സ്

ഉള്ളടക്കം

ആമുഖം

അനിത. കെ. കാര പ്രതിഭയുള്ള എഴുത്തുകാരിയാണ്. അനുഭവങ്ങളുടെ തീച്ചൂളയിൽ നിന്നാണ് അവർ സൃഷ്ടികൾക്ക് ജന്മം നൽകുന്നത്. ജന്മം നൽകുക എന്ന വാക്കിൽ പോലും ഒരു മാതൃത്വം തെളിഞ്ഞിരിപ്പുണ്ട്. ജീവിക്കുന്ന കാലഘട്ടത്തിലെ സകലതിനോടും ഉള്ള വാത്സല്യവും കരുതലും നൽകുന്നിടത്തേ മാതൃത്വഭാവം പ്രകടമാവൂ. മാതൃവാത്സല്യം തുളുമ്പുമ്പോൾ മാറിവരുന്ന കാലത്തിന്റെയും കരുതലായി, കാതലായി തീരും. ഇങ്ങനെ മാറി വരുന്ന കാലത്തിന്റെയും കരുതലും കാതലുമാണ് ഈ സമാഹാരത്തിലെ മിക്ക കവിതകളും.

ഒരു സ്ത്രീപക്ഷ രചനയ്ക്ക് അപ്പുറത്ത്, സ്ത്രീയുടെ ആധിയും വ്യാധിയും അവതരിപ്പിച്ച് മുന്നേറാനാണ് കവയത്രി ശ്രമിക്കുന്നത്. ബോധ്യമാവേണ്ടതെനിക്കല്ല.

ബോധം വേണ്ടതവർക്കെന്ന്...
എനിക്കതൊന്നുറക്കെ പറയണം
(മൈക്ക് പറഞ്ഞത്)

ബോധ്യമാവേണ്ടവർക്ക് ബോധം വരേണമേ... എന്ന നിലപാടുകാരിയാണ് അനിത.കെ. കാര. ബോധ്യമാക്കേണ്ടതെന്ന് തനിക്ക് ബോധ്യമുള്ളത് തന്നെയാണ് അവയെല്ലാം..

ഊതിപ്പരത്തിയാ കനൽത്തരിയെ...
പിന്നെ പരന്നല്ലോ പൊൻവെളിച്ചം

മന്ദസ്മിതത്തിൻ നിറവെളിച്ചം (കനൽ)പോലെയാണ്. കഷ്ടപ്പാടിന്റെയും ത്യാഗത്തിന്റെയും ഫലമാണ് മന്ദസ്മിതം എന്ന സമവാക്യത്തിലാണ് കവയത്രി എത്തിച്ചേരുന്നത്. അതിന് വേണ്ടി എന്റെ ദൗത്യം തനിക്ക് അനുഗ്രഹീതമായിക്കിട്ടിയ പ്രതിഭ (സ്വയം പറയുന്നില്ല) യെ പരിചയപ്പെടുത്തുകയാണ്. അത് കവിതകളിലൂടെയും കഥകളിലൂടെയും സുവ്യക്തമാക്കാനും, ലളിതമായ ഭാഷയിലൂടെയും തെളിച്ചമുള്ള ഭാവനയിലൂടെയും, സുന്ദരമായ വാങ്മയചിത്രത്തിലൂടെയും അവതരിപ്പിക്കാൻ എഴുത്തുകാരിക്ക് സാധിച്ചിരിക്കുന്നു.

മട്ടന്നൂർ നഗരസഭ കുടുംബശ്രീയുടെ സജീവ അംഗമായ അനിത

കാരയുടെ 'ഒറ്റയ്ക്കൊരു മീൻ' എന്ന കവിതാസമാഹാരം കുടുംബശ്രീ യുടെ 25-ാം വാർഷികത്തിന്റെ ഭാഗമായി പ്രസിദ്ധീകരിക്കുന്നതിൽ ഞങ്ങൾക്ക് അതിയായ സന്തോഷമുണ്ട്. നിറഞ്ഞ സന്തോഷത്തോടെ ഈ കവിതാസമാഹാരം നിങ്ങൾക്കായി സമർപ്പിക്കുന്നു.

കെ. പി. രമേശ് ബാബു

മഹത്വ സങ്കല്പനത്തിന്റെയും മനുഷ്യപ്പറ്റിന്റെയും കവിത

ഡോ. സി. കെ. മോഹനൻ

കാലത്തോടൊപ്പം മലയാള കവിതയും അതിന്റെ ചരിത്രപഥങ്ങൾ താണ്ടുകയാണ്. സാമൂഹിക ജീവിതത്തിന്റെ തുടിപ്പും മിടിപ്പുമാണ് കവിതാ സാഹിത്യത്തിന്റെ മുഖമുദ്ര.

എടുത്തുചാട്ടങ്ങളും പരീക്ഷണ ഭ്രമങ്ങളും മാറ്റിവെച്ച് സംയമവും ഗൗരവവും പുലർത്തി മലയാളകവിത മുന്നേറുകയാണ്. ആധുനികോത്തരതയുടെ ബഹുവിധ സമസ്യകളെ സംവേദനം ചെയ്യുന്നതിൽ കവിത അതിന്റെ കരുത്തുകാട്ടുന്ന കാലമാണിത്.

മർത്ത്യതയുടെ കൊടിക്കൂറ ഉയരെപ്പറത്തുക എന്നതാണ് സാഹിത്യകലകളുടെ എക്കാലത്തെയും പ്രാഥമികധർമ്മം. 'മർത്യത മാഞ്ഞുപോവുമ്പോൾ സാഹിത്യകലകൾ സ്വധർമ്മം നിർവഹിക്കും.'

ഡയോജനിസ് എന്ന ഗ്രീക്ക് തത്വചിന്തകൻ പകൽ വെളിച്ചത്തിൽ റാന്തലുമായി 'മനുഷ്യരെ' തെരഞ്ഞു നടന്നതിലെ യുക്തിയും മറ്റൊന്നല്ല. ഓരോരുത്തരും സ്വസ്ഥമായി താന്താങ്ങളുടെ ആകാശം നോക്കിക്കിടക്കുമ്പോൾ അവിടെ നിഴൽ വീഴ്ത്തിക്കൂടാ. എന്റെ സൂര്യനെ മറയ്ക്കാതിരിക്കുക എന്ന അന്തരംഗത്തിന്റെ അഭ്യർത്ഥന മുഖരിതമാവുമ്പോൾ പരക്ലേശ വിവേകികളായ കവികൾ തൂലികയെടുക്കുന്നു. ഉള്ളിലെപ്പോഴോ കവിതയുടെ ഉറവ പൊടിയുന്നു. എവിടെ, എപ്പോൾ എന്ന ചോദ്യം അസംഗതമാണ്. പൂക്കളോ പുഴകളോ കാറ്റോ കടലോ എന്തായാലും സ്വാനുഭവം തെളിനീരായി പരന്നൊഴുകുകയായി. ഈ ഒഴുക്കിൽ കരടും കൽമഷവും ഒലിച്ചുപോവും. കാരുണ്യമാണ് കവിത. "രുദിതാനുസാരീകവി" എന്നതിന്റെ പൊരുളും ഇതു തന്നെയാണ്.

അനിത. കെ. കാരയുടെ "ഒറ്റയ്ക്കൊരുമീൻ" എന്ന കവിതാ സമാഹാരത്തിലെ മീൻ. ചില്ലുകൂട്ടിലെ മീനാണ്. നോക്കി രസിക്കുന്നവർക്ക് അതിന്റെ പൊള്ളുന്ന നോവറിയില്ല. ഒരു വേള രണ്ടും കല്പിച്ച് പുറത്തുചാടിയ മീൻ അലകടലിന്റെ മഹാലോകം പ്രാപിക്കുന്നു. പലമാതിരി വിവേചനങ്ങൾ കൊണ്ട് പാതാളത്തിലേക്ക് ചവിട്ടിത്താഴ്ത്തപ്പെട്ടവരുടെ അതിജീവനത്തിന്റെ ശംഖനാദം ഇത് കേൾപ്പിക്കുന്നു.

അകൃത്രിമവും അനാർഭാടവുമാണ് കാവ്യഭാഷ. ചേരേണ്ടവിധം ചേർത്തെടുത്ത വാക്കുകളിൽ വായനക്കാരന് ആനന്ദവും ആശ്വാസവും ലഭിക്കും. കവിത മുറിവിനുള്ള മരുന്നായി മാറും. കാറ്റിനോട് കഥ പറഞ്ഞ് കിളികളോട് കിന്നാരമോതി കളകളം പാടുന്ന ഒരു പുഴയെന്ന പോലെ! പുഴ എന്ന കവിത സമ്മാനിക്കുന്ന ദൃശ്യചിത്രം ചേതോഹരമാണ്.

"കുഞ്ഞുവള്ളിച്ചെടീ....
പോരുന്നോ....
കൂടെ? കണ്ണിറുക്കി
പുഴ ചോദിച്ചു
ഇല്ല ഇപ്പോഴില്ല..
പിന്നെ!!

പുഴയോരത്തെ കുഞ്ഞു വള്ളിച്ചെടിയുടെ സുരക്ഷിതത്വവും സനാഥത്വവും ക്ഷണ മാത്രയിൽ ഇല്ലാതാവുന്നു.

തിരിഞ്ഞു നോക്കുമ്പോഴേക്കും മുറുകെ പിടിച്ചിരുന്ന മണ്ണ് ചെടിയെ കൈവിട്ടിരുന്നു.

കവിതയിൽ വാച്യാർത്ഥത്തെക്കാൾ പ്രാധാന്യം വ്യംഗ്യത്തിനാണ്. ജീവിതത്തിൽ സംഭാഷണത്തേക്കാൾ ഹൃദയാവർജകമായിട്ടുള്ളത് ഭാവദ്യോതനമാണ്. പറയാനുള്ളത് പച്ചയായി മുഴുവൻ പറയുന്നതിനേക്കാൾ സുന്ദരമാവുന്നത് അല്പം ചില സൂചനകൾ കൊണ്ട് അത് വ്യഞ്ജിപ്പിക്കുമ്പോഴാണ്. എഴുത്ത്, എന്ന കവിത എഴുത്തുകാരിയുടെ തന്നെ അന്തർഭാവങ്ങളുടെ പ്രകാശനമാവാം.

കവിത വിതച്ച വയൽ
പൂവിടാനൊരുങ്ങുമ്പോൾ
പറിച്ചു നടൽ...

കഥയും കവിതയും പറഞ്ഞു നിർത്തുന്നിടത്തു നിന്നുകൊള്ളണമെന്നില്ല. വാഗ്ദേവിയെ ചിലർ കാണുന്നുവെങ്കിലും ശരിയായി കണ്ടറിയുന്നില്ല. ഭാവകന് ദർപ്പണ സമാനമായ മനസ്സുണ്ടാവുമ്പോഴാണ് കവിതയ്ക്ക് പ്രവേശിക്കാനാവുക.

മൈക്ക് പറഞ്ഞത് എന്ന കവിതയിൽ അചേതനമായ മൈക്കിന് കവയിത്രി നാക്ക് നൽകിയിരിക്കുന്നു. മൈക്കിലൂടെ വലിയ വാചകത്തിൽ ബോധവൽക്കരിക്കാൻ തുനിയാം. എന്നാൽ അനുഷ്ഠാനം പോലെ അത് തുടരുന്ന കൂട്ടരോട് മൈക്കിന് തന്റെ വലിയ ശബ്ദത്തിൽ ചിലത് പറയാ

നുണ്ട്. അത് കവയിത്രിക്ക് പറയാനുള്ളതാണ്. അല്ലയോ ഗായകരേ, നിങ്ങൾ നടത്തുന്ന കച്ചേരി ശ്രോതാക്കൾക്ക് വേണ്ടിയാവട്ടെ എന്നാണതിന്റെ ധ്വനി.

പ്രമേയവൈവിദ്ധ്യവും ആവിഷ്കാര ചാരുതയും കൊണ്ട് ശ്രദ്ധേയമാണ് ഈ കാവ്യകൃതി. ഭാവോചിതമായ ലയവീചികളും ഉചിതങ്ങളായ ബിംബകല്പനകളുമാണ് ഓരോ കവിതയെയും കലാസൃഷ്ടിയാക്കുന്നത്. മൺപാത, പരാതി, നര, തിരുത്ത്, ആരോട് മിണ്ടാൻ തുടങ്ങിയ കവിതകൾ ഭാഷയുടെയും ഭാവനയുടെയും സിദ്ധിചൈതന്യം അടയാളപ്പെടുത്തുന്നുണ്ട്.

ജീവിതത്തിന്റെ ധർമ്മസങ്കടങ്ങൾ സ്മരണ എന്ന കവിതയിൽ കൃത്യമായി കേൾപ്പിക്കുന്നു.

പുഴുതൊട്ടില്ലെങ്കിൽ പൂർണമായ പൂവായേനെ
അക്ഷരം തെറ്റിയില്ലെങ്കിൽ ഈണം മുറ്റിയ
കവിതയായേനെ..

തെറ്റിവായിക്കപ്പെടുന്ന പുസ്തകമാണ് ജീവിതം എന്ന കല്പനയിൽ ഔചിത്യമുണ്ട്.

മാതൃത്വത്തെ ഉന്നതങ്ങളിൽ പ്രതിഷ്ഠിക്കുന്ന കുറേ കവിതകളുണ്ടിതിൽ. നര, തിരുത്ത്, ഉണ്ടെനിക്കൊരുരുളച്ചോറ് തുടങ്ങിയ കവിതകൾ വായനക്കാരുടെ ഉള്ളിൽ തൊടാതിരിക്കില്ല.

കാരയിത്രീ പ്രതിഭയും ഭാവയിത്രീ പ്രതിഭയും തുല്യം വരുന്നിടത്താണ് രചനയുടെ സാഫല്യം. കനലിന് കാറ്റ് എന്നപോലെ. രചയിതാവിന്റെ ഭാവലോകത്തിൽ അനുവാചകനെ കൂടെ നടത്തിക്കാനായാൽ കാവ്യരസം പടർന്ന് കയറും. ഈ രസതന്ത്രമാണ് സൃഷ്ടികളിലെ നക്ഷത്രത്തിളക്കത്തിന് നിദാനം.

അനിത. കെ. കാരയുടെ കവിതകൾ പ്രകാശനിർഭരങ്ങളാണ്. ദാർശനികദീപ്തി മുറ്റിയ കവിതകൾ. സുന്ദരമായ ഭാഷയും ഭാവസാന്ദ്രമായ ആവിഷ്കാരവുമാണ് ഈ കൃതിയുടെ സാമാന്യമായ പ്രത്യേകത. ഓർമ്മച്ചെപ്പിന്റെയും പട്ടുപാവാടയുടെയും എഴുത്തുകാരി അനിത. കെ. കാരയുടെ ഒറ്റയ്ക്കൊരുമീൻ എന്ന കവിതാസമാഹാരം വിശേഷാനുഭൂതി പകരുന്നതാണ്. ഈ പുസ്തകം സസന്തോഷം സഹൃദയർക്കായി അവതരിപ്പിക്കുന്നു.

എഴുത്ത്

കവിത വിതച്ച വയൽ!
പൂവിടാൻ
ഒരുങ്ങുമ്പോഴായിരുന്നു
പറിച്ചുനടൽ
പിന്നെ കഥകൾ!
ഒരു പാടുണ്ടുള്ളിൽ...
ഒന്നുമേയെഴുതാൻ
തോന്നാത്തവ...
കഥയില്ലായ്മയാണത്
എന്നറിയാം...
എങ്കിലും
പേനയും തുറന്നു
പിടിച്ചിരിക്കയാണിപ്പോഴും...
സമ്പൂർണനോവലൊ
ന്നെഴുതിയെടുക്കാൻ!

♦

പ്രകൃതി നീ സുന്ദരി

മഴപെയ്തുതോർന്നൊരു
പുലർകാലം!
ആരെയോ
പ്രതീക്ഷിച്ചെന്നപോലെ
നിശ്ചലരായി
നിൽക്കുന്ന വൃക്ഷങ്ങൾ!
കിളികളുടെ
കളകൂജനങ്ങൾക്കായ്
ചെവിയോർത്തിരിക്കുന്നുവോ?
മഴത്തുള്ളികൾ
ഇലകൾക്കിടയിൽ
മർമ്മരങ്ങളായി...
നീരാടവേ...
ഉടുപുടവയൊഴുകിയപ്പോൾ
മാറിൽ കൈ കോർത്ത്
ഈറൻമാറാനായി
ബാലസൂര്യകിരണങ്ങളെയും
കാത്ത്
നാണത്തോടെ
കൂമ്പിനിൽക്കുന്ന
തരുണീമണികളെപ്പോൽ
ഇലകൾ!
എത്ര സുന്ദരം!
ഈ പ്രകൃതി.
♦

ആരോട് മിണ്ടാൻ

അവൾ പോയതിൽ
പ്പിന്നെയാണ് അയാൾ
ബാത്റൂമിലെ
വാതിലിന്റെ കൊളുത്ത്
അഴിച്ചുവെച്ചത്
അടിച്ചുതുടയ്ക്കാൻ
വരുന്നവൾക്ക് മുന്നേ
പ്രഭാതകർമ്മങ്ങൾ
ചെയ്യാനയാൾ തിടുക്കം
കൂട്ടി...
ഒരുമണിക്കൂർ കൊണ്ട്
ആറുവീട് തീർക്കേണ്ടവൾ
മാസ്ക്
ഒന്നൂടെ വലിച്ചു
നേരെയാക്കി...
അയാളെങ്ങാനും
മിണ്ടിയാലോ...
ജനലുകൾ തുറന്നയാൾ
പുറത്തേക്ക് നോക്കി
തിരക്കിലോടുന്നവരോട്
എന്തു ചോദിക്കാൻ...
ഒന്ന് മിണ്ടാനായി ഫോണെടുത്തു..
അച്ഛാ ഹാപ്പിയല്ലേ...
തിരക്കിലാണ് പിന്നെവിളിക്കാം...
മെല്ലെ സ്ക്രീൻ താഴോട്ട് വലിച്ചു...

‘പിന്നെ വിളിക്കാ’മെന്ന്
ആവർത്തിച്ചുകൊണ്ടിരുന്ന
രണ്ടു വാക്കുകൾ
അയാളെ നോക്കി
പല്ലിളിച്ചു...
കോളിംഗ് ബെല്ല് കേട്ട്
പിച്ചവെച്ചുമ്മറത്തെത്തു
മ്പോഴേക്കും
അയല്പക്കത്തെ ബന്ധു
ഉച്ചയൂണ് പുറത്ത് വെച്ച്
പോയിരുന്നു...
നേരമില്ല മിണ്ടാൻ
അവർ തിരക്കിലാണ്...
ചായ ചൂടില്ലെന്നും പറഞ്ഞ്
അന്ന് അവളെ വെറുതേ
ചൂടാക്കിയപ്പോൾ
പറഞ്ഞു
ഞാനില്ലാതാവുമ്പോളറിയാം...
അയാളറിഞ്ഞു
ഇന്നൊരു തണുത്ത
ചായ പോലുമില്ലെന്ന്.
ഒന്നു മിണ്ടാനുറക്കെ
വിളിച്ചു...
അയാളുടെയുള്ളിലവൾ
തേങ്ങി...
മിണ്ടാട്ടം മുട്ടിപ്പോയ
അയാളെ കേൾക്കാൻ.
ആരുണ്ട് വേറെ.

♦

വേലിക്കരികിലെ വെള്ളില

ദെന്തൊരു മഴ!
എന്തൊക്കെഞൊനാ
ഗ്രഹിച്ചു...
എന്റെ സുഗന്ധവും
ഈ സൗന്ദര്യവുമൊക്കെ
വെറുതെയോ?
ഇനിയെനിക്കെത്ര നാൾ...
ഒന്ന്തലയുയർത്തിപോലുമില്ല...

വിരിയേണ്ടായിരുന്നുവെന്ന്
റോസാപ്പൂ...

തലയും കുമ്പിട്ടാണെ
പ്പോഴുമെങ്കിലും
എവിടെപ്പോയൊളിക്കുമെന്നൊരു
കടുത്ത വേനലും കഴിഞ്ഞാണ്
ഞാനെന്ന് ചെമ്പരത്തി.

ആമോദം
പൂണ്ടങ്ങൊരുപാട്
പരന്നു പൂവിട്ടു
ചവിട്ടെനിക്കിപ്പോഴു
മെങ്കിലും മുള്ളുകൊണ്ട്
തൊട്ടുവേദനിപ്പിക്കുന്നു
ണ്ടെന്ന്തൊട്ടാവാടി.

എന്തുമഴയെനിക്കെന്തു
വെയിലെന്ന് പൊട്ടിച്ചി
രിച്ചുകൊണ്ട്
മൊസാണ്ട...
ഇവിടെ ഞാനുമുണ്ടേ-
യെന്ന്കൈവീശി
വേലിക്കരികിലെ
വെള്ളില...

സുഖദുഃഖമീ
ജീവിതഭാരങ്ങളാൽ
തലകുനിഞ്ഞും
നിവർന്നുമിങ്ങനെ-
യെത്രറോസാപ്പൂക്കളി-
ലെത്ര തൊട്ടാവാടികളിൽ
നമ്മളിൽ ചിലർ.

♦

മണമില്ലാത്തത്

വീടിനുണ്ട് മണം...
അമ്മയുടേത്...
അച്ഛന്റെ മണമാണ് നാടിന്...
പുത്തൻ പുസ്തകത്തിനുണ്ട്
ഒരോർമ്മമണം...
പുതുവസ്ത്രത്തിന് നല്ല മണം...
പൊട്ടുതൊടുവിക്കുമ്പോളമ്മയുടെ
ഉള്ളം കയ്യിൻ മണം...
ഉച്ചയ്ക്കുണ്ണുമ്പോഴുമുണ്ട്
അമ്മമണം...
നിന്റച്ഛനതുവഴി പോയപ്പോൾ
വിയർപ്പിന്റെ മണമെന്ന്
സ്നേഹത്തിന്റെ...
കരുതലിന്റെ...
മണമാണ്.
ടീച്ചറിനുണ്ട് നല്ലൊരുമണം...
മാഷിനുമുണ്ട്...
ശ്രീ കോവിലിനു മുന്നിലത്
ഭക്തിസാന്ദ്രം.
പക്ഷേ...
തെളിനീരിനില്ല മണം...
മൂന്നുവയസ്സുവരെ
വലിച്ചു കുടിച്ചിട്ടും
ആ മണവുമെന്തേ...
എന്തേ...
അമ്മയിങ്ങനെ.

♦

നക്ഷത്രത്തിളക്കം

ഒരു സന്ധ്യായാത്രയിൽ...
വീതിയുള്ള റോഡരികിലെ
അലങ്കരിച്ച കെട്ടിടത്തിന് നേരെ
കൈചൂണ്ടി കുഞ്ഞുമോൾ...
കണ്ടാ 'നച്ചത്തരം'
മുത്തച്ഛന്റെ മടിയിലിരുന്ന
അവളുടെ കുഞ്ഞിക്കണ്ണുകളിലാ-
യിരം നക്ഷത്രത്തിളക്കം!
മോളൂ നോക്കെന്ന്!
ആകാശത്തേക്ക് ചൂണ്ടിയപ്പോൾ
'അമ്പിളിമാമാവായോ'
എന്നവൾ പാടിത്തുടങ്ങി.
പിന്നൊരു യാത്രയിൽ...
മോളേ...
'നച്ചത്തര'മെന്ന് മുത്തച്ഛൻ
അല്ല... അത് ലൈറ്റ്
എന്ന് മോള്...
കുഞ്ഞിക്കണ്ണിലെ
തിളക്കം മങ്ങിയോ...
അതല്ലയെന്റെ തോന്നലോ...
കുഞ്ഞിലേ നല്ലത് പറഞ്ഞു
പഠിപ്പിക്കണമെന്ന്!
അന്ന്...
അമ്പിളിമാമനെ
പിടിച്ചു തന്നാലേ
മാമം കഴിക്കൂയെന്ന്

വാശിപറഞ്ഞവരിന്ന്
ഫുഡ് കഴിക്കുന്നുണ്ട്
മുന്നിലിരുന്ന് സ്റ്റാറെന്നും
മൂണെന്നും കുഞ്ഞിനെ
പറഞ്ഞു പഠിപ്പിക്കുന്നുണ്ട്.
ഇതെല്ലാം കണ്ടിട്ട്
നക്ഷത്രങ്ങൾ
താഴെയ്ക്ക്നോക്കി
കണ്ണിറുക്കുന്നുമുണ്ട്.

♦

കാടിന്റെ മക്കൾ

കൈയിലൊരു ഞെക്കുവിളക്കും
കക്ഷത്തിലൊരു ബാഗുമായി
പടിയിറങ്ങിപ്പോവുന്നവനെ
മനസ്സുനിറഞ്ഞ്
അമ്മനോക്കിനിന്നു...
ഉള്ളംകൈയിലെ
പച്ചനോട്ടിൽ നോക്കവേ
അവരുടെ കണ്ണുകൾ നിറഞ്ഞു.
വർഷം രണ്ടുകഴിഞ്ഞു
ഒരഞ്ഞൂറുരൂപനോട്ടുകണ്ടിട്ട്.
വഴിയിലേക്കവളുടെ
കണ്ണുകൾ നീണ്ടു...
ഇരുട്ട് നന്നേ
പരന്നിരിക്കുന്നു...

നീണ്ട ഒരു വടികൊണ്ട്
കാടുകൾ വകഞ്ഞ്
മുന്നോട്ടവൻ
ചിന്തിച്ചു...
ഒരു ലുങ്കി വാങ്ങണം
നാളെത്തന്നെയെന്റെ-
യമ്മയ്ക്ക് നൽകണം
ഒരുകീറിയമുണ്ടുമുടുത്ത്
അമ്മ അവന്റെയുള്ളിൽ
ദീനയായ്...

പെട്ടെന്ന്
അവന്റെ മുന്നിൽ
മറ്റൊരു കരിങ്കാട്...
ഒന്നുഞെട്ടിയവൻ
പിന്നെ തിരിഞ്ഞോടി.
കാടുംകുലുക്കി
ഒറ്റക്കൊമ്പനും.

പിറ്റേന്ന്...
കൂടപ്പിറപ്പിന്റെ മുഖമിങ്ങനെ
വികൃതമാക്കാനെന്തു ചെയ്തു
നിന്നെയവൻ.
കണ്ണുകൾ ചെറുതായതോ
നിനക്ക് അലിവില്ലാതായത്...
അതോ വലിയവനാണെന്ന
ഗർവോ...
മതിലുകൾ തകർത്തല്ലേ
നിന്റെ വരവ്
എന്തെന്തു പാപമിത്...
അവൻ വേട്ടക്കാരനായിരുന്നില്ല
ഒരേ കാടിൻ
മക്കളല്ലോ നമ്മൾ...
എന്നിട്ടും
നീയെന്തിനിങ്ങനെയെന്ന്...
മുഴുവനായില്ല
അവളുടെബോധം
മറഞ്ഞിരുന്നു.

♦

മഴയ്ക്കൊപ്പം

തൊട്ടുതൊട്ടില്ലെന്ന്...
വയൽവരമ്പിലൂടെ
ഓടിയെങ്കിലും...
പൊട്ടിച്ചിരിച്ചുകൊണ്ട്
പിന്നാലെയോടിയ മഴ
പാതിവഴിയിൽ വെച്ചെന്നെ
പിടികൂടി...
തെമ്മാടിക്കാറ്റെന്റെ
പാവാടയെ പറത്താൻ നോക്കി...
പിന്നെ പെട്ടെന്നെന്റെ
കുടയും തട്ടിപ്പറിച്ചോടി...
പെരുമഴ വന്നെന്നെ
കെട്ടിപ്പിടിച്ചെങ്കിലും...
കുടയ്ക്കൊപ്പമെൻ
മനസ്സും പറന്നിരുന്നു...
മഴയ്ക്കൊപ്പം...
പലഭാവത്തിൽ!
നനപ്പിച്ച് കുളുർപ്പിച്ച്...
താളത്തിൽ പാട്ടൊന്നു മൂളി...
ഇടയ്ക്കൊന്ന് പേടിപ്പിച്ച്...
ഒടുവിൽ...
യാത്ര ചോദിക്കുമ്പോളെന്റെ
കണ്ണിലും പെയ്യാനൊരുമേഘം
കനത്തു നിന്നു...

♦

ഉണ്ടെനിക്കും ഒരുരുളച്ചോറ്

ഓൺലൈനിൽ
ചെയ്യാലോ കർമ്മങ്ങൾ.
എന്നാരോ
പറഞ്ഞുകേട്ടപ്പോൾ
തേങ്ങലടക്കാൻ
പാടുപെട്ടെങ്കിലും
ആ തീരുമാനത്തോടൊപ്പം
ചേർന്നു...
ഒരു നോക്കുകാണാ
ഗ്രഹിച്ചെങ്കിലും
ചാരമായിക്കഴിഞ്ഞ
നിന്നമ്മയെ കാണാൻ
ഇനിയെന്തിനു
പോവണമെന്നുള്ളിലാ-
രോമന്ത്രിച്ചു...
ആ ചാരത്തിലുണ്ട്
എന്റെ ജീനുകൾ
ആത്മാവുപിടയും
ഓർമ്മകൾ...
കാണാം...
ഇനിയെന്റയമ്മയെ...
അടുത്ത
കർക്കടകവാവുദിനത്തിൽ...
നാക്കിലയിൽ
വിളമ്പിയോരന്നവുമായി

കൈകൊട്ടിവിളിക്കാം
ആത്മാവ്
തേടിയിറങ്ങും
ബലിക്കാക്കകളെ
ഒരുപിടിച്ചോറുരുള
നൽകി
എന്നമ്മയോട്...
പൊറുക്കണേയെന്ന്
കൈ കൂപ്പിനിൽക്കാം...
ഉണ്ട്... എനിക്കുമൊരുമകൾ
വാവിന്...
ഒരുരുളച്ചോറു നൽകാൻ
ബലിക്കാക്കകളെ
മാടിവിളിക്കുവാൻ...
♦

മഷിയടയാളം

ഇന്നെന്റെ ദിനം!
ചൂണ്ടുവിരൽ
ത്തുമ്പിലടയാളമാണിന്ന്
വിലപ്പെട്ട ദിനം
വിരലതിൽ
തീരെയില്ലെങ്കിലും...
ഏറെപ്പറഞ്ഞു
വിരൽത്തുമ്പിനാലെ...
ചരിത്രം പറഞ്ഞു
വിപ്ലവം പറഞ്ഞു...
പരാതി പറഞ്ഞു.
വിധിയും പറഞ്ഞു.
പരീക്ഷകളെത്രയോ
ഫലങ്ങളും...
പ്രണയം എഴുതി.
പരിഭവവും...
വികൃതി കാട്ടി...
കൂട്ടുകാരന്റെ,
കുപ്പായപ്പുറത്തും
പരാതിയൊട്ടുമേയില്ല.
പെണ്ണായവൾ അന്ന്...
പ്രതിച്ചേർത്തതിൽ...
ഏറെ പകർന്നൂ ഞാൻ
എങ്കിലുമൊരു ഭയം...

വറ്റിവരണ്ടേക്കുമോ.
ഇനി വരും കാലം .
എന്റെ നല്ല കാലം...
ആ നല്ല മഷിക്കാലം..
♦

അരുതേ ഇനിയും പ്രളയം

കൊതിച്ചിരുന്നു
ഞാനുമന്ന്...
വിലക്കുകൾ
തട്ടിമാറ്റി...
ഒന്നുതൊടാൻ...
അടുത്തറിയാൻ!
വാരിപ്പുണർന്നതിൽ
അലിഞ്ഞുചേരാൻ!
കണ്ടു ഞാനതിൻ
സൗന്ദര്യം...
കേൾക്കുന്നുണ്ടോ...
മധുരസംഗീതം.
ആസ്വദിച്ചാകുളിരിൽ...
മുങ്ങിനിവർന്നു...
നൃത്തമാടാനെന്തുരസം!
വരവറിയിച്ചുമാനം...
ഇരുളുന്നു...
പിന്നെയിടിനാദവും...
ഭാവം മാറി... കാറ്റായ്...
പ്രളയമായ്...
കരകാണാക്കണ്ണീരായ്...
കലിതുള്ളാനീവിധം...
അലോസരമായോ
നിൻയാത്രകൾ...
വിഘ്നമതുണ്ടായോ...

നിന്റെ പാതയിൽ...

അരുതരുതേ...
ഇനിയും പ്രളയം...
കെട്ടുകൾപൊട്ടാതിങ്ങനെ
കാത്തുരക്ഷിച്ചിടു
മിനിയുമെത്രനാൾ.

♦

നര

നരച്ചമുടിമെല്ലെ
തലോടുമമ്മയ്ക്ക്
ചുണ്ടിലിളം
പുഞ്ചിരി!

ഓർമ്മകൾ...

പെട്ടെന്ന്...
വണ്ടി തൻ ശബ്ദം!
ആ നല്ലനാളിന്റെ...
ഓർമ്മ ഞരമ്പിനു
മുറിവേറ്റു!
തിരക്കിൽ മകൻ !
കൂടെ...
കനത്ത മുഖവുമായ്
മകളും!
മുടി കിട്ടിയത്രേ...
കൊച്ചുമോന്...
കഴിച്ചതില്ല പോലും തെല്ലും.!
തെളിവുണ്ടത്
നരച്ചതാ!...
പോരേ പൂരം!!.
ഓടിച്ചെന്ന്
വണ്ടിയിൽകേറും.

മകനോട്...
അവളുടെ

നീലിഭൃംഗാദി...
മറക്കല്ലേ...
പിന്നെ കുനിഞ്ഞു...
നിലത്തുവീണ
കറുത്ത മുടിയിഴകൾ
പെറുക്കാൻ!!

♦

നീ നീയാവുക

ഉറ്റവരറിഞ്ഞു നീ
വഞ്ചിക്കപ്പെട്ടെന്നാലും
മുഖം മിനുക്കാനെത്തിയവന്...
തലതാഴ്ത്തിക്കൊടുക്കല്ലേ!.
താലിയൊന്നണിയിച്ചാൽ
കിട്ടുമഭിമാനമെന്ന്!
പിടിച്ചുപറിക്കപ്പെട്ടവൾ
തെറ്റെന്ന്!
സംരക്ഷണം അവനെന്നോ?
ചരടൊന്നു വീണുപോയാൽ...
സർവ്വം സഹയായ്!
പിന്നെ കാലത്തിനൊപ്പമായ്...
കണ്ടിട്ടും കാണാതെ!
കേട്ടിട്ടും കേൾക്കാതെ!
തീയിൽ ചവിട്ടിയും!...
കനൽ വിഴുങ്ങിയും!...
നിൽക്കുന്നോരരുമകളെ.
വിധിയെന്ന്!
വിധിയെഴുതി!
മൂകബധിതരായി ബന്ധുജനം!
വിലപേശിക്കിട്ടും താലി!
ഫണമെടുക്കും!
വിഷം പരത്തും!
കുരുക്കിടുംപിന്നെ
നിറതോക്കാവും!

വീര്യമേറുമാസിഡുമാവും!
ഇനി...
പെണ്ണേ നീ..
നീയാവുക....
നിനക്കു മുന്നിൽ....
വെറും!
എന്ന് ചേർക്കപ്പെടാതെ...
♦

കനൽവെളിച്ചം

മൂടിപ്പുതച്ചു
കിടപ്പിലാണെങ്കിലും...
എന്നുമെന്നുള്ളം
കൊതിച്ചിരുന്നു!
ഒരു കുഞ്ഞുകാറ്റു
തലോടിയെങ്കിൽ!
ഒരുതിരിവെട്ടം
പകർന്നുവെങ്കിൽ!
അരികിലേക്കെത്തിയ
പാദതാരിൽ...
ഒരുവേള ഞാനൊന്ന്
തൊട്ടുനോക്കി...
ഇല്ലയവർക്കില്ല
ഭാവഭേദം!
കാലുകളാലെന്നെ
തട്ടിമാറ്റി...
നിറകുടമവരെൻ...
തലയിൽക്കമഴ്ത്തി...
ഒന്നുകരഞ്ഞു ഞാൻ
നിശബ്ദയായ്...
എങ്കിലുമൊരുചെറു
കനലപ്പോഴും...
അണയാതെ ഞാനങ്ങു
കാത്തുപോന്നു...
ഒരുദിനമെത്തിയ

യാത്രക്കാരൻ...
കണ്ടെത്തിയെന്നിലെ
കനൽവെളിച്ചം!...
കുന്തിച്ചിരുന്നവൻ
ഊതിയൂതി
ഊതിപ്പരത്തിയാ.
കനൽത്തരിയെ...
പിന്നെപ്പരന്നല്ലോ
പൊൻവെളിച്ചം!
മന്ദസ്മിതത്തിൻ
നിറവെളിച്ചം!!!

♦

നറുനിലാപ്പുഞ്ചിരി

പാലഞ്ചും
കുഞ്ഞരിപ്പല്ലുകൾ
കാട്ടിയാപ്പുഞ്ചിരി
കാണുവാനെന്തുഭംഗി!
എല്ലാരുമൊന്നിക്കു
മൊരുചിന്തയിൽ
പൈതലിൻ
മുന്നിലായെത്തിടുമ്പോൾ..
അലിയാത്ത....
മനസ്സൊന്നുണ്ടാകുമോ
നറുനിലാപ്പുഞ്ചിരി
പ്പാലൊളിയിൽ!!.
അമ്മിഞ്ഞപ്പാലു നുകരും
നേരത്ത്കുസൃതിയിൽ
കൊച്ചരിപല്ലങ്ങിറുക്കുംനേരം!
കവിളൊന്നുനുള്ളുവാൻ
തോന്നിയാലോ!...
കള്ളപ്പുഞ്ചിരിയാലങ്ങ്
തോൽപ്പിച്ചേക്കും!...
ഭാഷയേതാവട്ടെ!...
നിറമേതുമാവട്ടെ!...
പുഞ്ചിരിയ്ക്കെന്നു
മൊരേനിറമല്ലോ
സന്തോഷമീത്തിര
യിളകും. മനസ്സിൻ
പുഞ്ചിരിക്കെന്തു

വെളിച്ചമെന്തേറേ
തെളിച്ചം!!
മനുജനുകിട്ടിയ
വരദാനമീചിരി....
ജന്മാന്തരങ്ങളിൽ
പകർന്നിടട്ടെ...

♦

പേരിലെ കാര്യം

അങ്ങനെയെത്രപേര്
മുഖപുസ്തകത്തിലാണ്
പേര് കണ്ടത്
മുഖാവരണമില്ല.
എങ്കിലും സംശയം.
സഹപാഠിയാണോ...
അഭിമാനസ്ഥാന
മലങ്കരിക്കുന്നവൻ...
ഇടയ്ക്കിടെ മുഖം
താളുകളിൽ...
സംശയമപ്പോഴും...
ഒരാഗ്രഹം...
എഴുതി
മുഖപുസ്തകത്തിൽ...
തൻകുഞ്ഞുപൊൻകുഞ്ഞല്ലോ.
പിന്തുണയേകാനായ്
സുഹൃത്തുക്കൾ!
ഒരു ചോദ്യം...
അറിയുമോ?
കൂടപ്പിറപ്പിനെ
പോലെയായിരുന്നവൻ...
ഉറപ്പിച്ചു പേരിൽ
കാര്യമുണ്ട്...
പേരിൽ
തന്നെയാണ് കാര്യം...

♦

വായനക്കാരുടെ ശ്രദ്ധയ്ക്ക്...

അക്ഷരങ്ങളും
വാക്കുകളും വരികളും...
ഭംഗിയായി
ചേർത്തെഴുതിയ
കവിതയാണ്...
ജീവിതം!
അക്ഷരങ്ങളിലൂടെ
വാക്കുകളിലൂടെ വരികളിലൂടെ...
സംഗീതമൊഴുകുന്ന
കവിത!!
ഇനി...
വാക്കുകളിലൂടെ..
വരികളിലൂടെ
ഉണ്ടായേക്കാവുന്ന
അക്ഷരത്തെറ്റുകൾ തിരുത്തി.
നിസ്സാരമെങ്കിലത്
കണ്ടില്ലെന്ന് നടിച്ച്.
വാക്കുകൾക്കും,
വരികൾക്കുംഒപ്പം...
അതിൽചേർന്നലിഞ്ഞ്
ശരിയായി
വായിച്ചെടുക്കാൻ
ശ്രമിച്ച്...
മുന്നോട്ട് പോയാൽ...
മനോഹരമായ
കാവ്യമാകുമത്.

എന്നാൽ...
ആസ്വദിച്ച്
തെറ്റൊന്നും വരാതെ
എഴുതിയാലും
ശരിയായി
വായിച്ചില്ലെങ്കിൽ
അതിന്റെ കാവ്യഭംഗി
നഷ്ടപ്പെട്ടേക്കാം...
വായനക്കാർ ശ്രദ്ധിക്കുക !
എഴുതിയത്
ശരിയാണെങ്കിൽ.
തെറ്റാതെ
വായിച്ചെടുക്കാൻ...

♦

നടാം ഒരു മരം

നമുക്കും നടാമൊരുമരം.
നൽകട്ടെ...
നല്ലവായു! ശുദ്ധജലവും!
മുറിഞ്ഞുവീഴുംവരെയും.
മുറിക്കുന്നവനും
തണലേകിടും
തടഞ്ഞുനിർത്തുന്നു...
കാറ്റിനേയും, തടുക്കുന്നു
മിന്നൽപ്പിണറിനെയും
കൂടൊരുക്കുന്നവൻ
പറവകൾക്കും
കാടൊരുക്കുന്നവൻ
വനമൃഗങ്ങൾക്കും
നമുക്കും നടാം
ഒരു മരം
ഒരുമരംമുറിച്ചിടുമ്പോൾ
രണ്ടു ചെടികൾ നട്ടീടെണം
പിന്നെയതുമരമാവാനും
ചില്ലകളിലൂഞ്ഞാലുകെട്ടാനും...
നല്ല ഫലങ്ങൾ ഭുജിപ്പാനും
നാംനട്ടല്ല നമ്മൾ...
അതുപോലെ
നമ്മളും നട്ടുനനച്ചീടുകിൽ
ഫലംനൽകീടും
നിശ്ചയം
സംശയമില്ല ലേശവും...
മരമൊരുവരമെന്നതിൽ
നമുക്കും നടാമൊരുമരം.

♦

തിരുത്ത്

ഇല്ല... ഇനിയിതു പറഞ്ഞു തരില്ല.
തെല്ലുയർന്നിരുന്നവന്റെ ശബ്ദം...
നടന്നകലുമവനെനോക്കി...
നിശബ്ദയായമ്മ
അല്പനേരം...
ഇല്ല ഞാൻ പഴിപറയില്ല.
സംശയദൂരീകരണമിതെത്ര.
പിന്നെ തലകുനിച്ചക്ഷരങ്ങളിൽ
ഓർത്തു ഒരു ചൊല്ല്...
പരിശ്രമിച്ചീടുകിലെന്തിനേയും
വശത്തിലാക്കാമെന്നത്.
ഒരുനിമിഷം!
പിറകിൽ
പാദപതനശബ്ദം!
പുഞ്ചിരിയോടെനിൽപ്പുണ്ടവൻ
പക്ഷേ...
മാറ്റത് തീരെ കുറഞ്ഞിരുന്നു...
നീട്ടിയകൈകളോടവൻ...
സങ്കടമായോ അമ്മേ...
ചോദിച്ചിട്ടുണ്ടാവാം...
ഞാനെത്രചോദ്യങ്ങൾ!
തന്നിരിക്കാമത്രയുമുത്തരങ്ങൾ!!
അറിയില്ല എനിക്കൊരു കാപ്പിപോലും!
രുചിഭേദമെത്രയെത്ര എന്റെ നാവിൽ!!
എന്റെ വിദ്യാലയം അമ്മ!

എനിക്ക് സാന്ത്വനവും...
കണ്ണുനിറഞ്ഞു കണ്ഠമിടറി...
മുഖം കൈകളാലമർത്തിത്തുടച്ചവൾ
പുഞ്ചിരി തൂകിപ്പറഞ്ഞു
ഇല്ലെനിക്കില്ല സങ്കടമുള്ളിൽ
സന്താപമൊട്ടും നിനക്ക് വേണ്ട...
പിന്നെ ചേർത്തു പറഞ്ഞു
ക്ഷമ ചോദിക്കാനിടവരല്ലേ
അച്ഛനോടുമമ്മയോടും
പറയുക വേണ്ട നന്ദിയും.
പിന്നെ...
പറയരുതങ്ങനെ
മക്കളോടും.

♦

അമ്മ അല്ലാതാവുമ്പോൾ

അമ്മ
അമ്മയല്ലാതാവുമ്പോഴാണ്
കുഞ്ഞൊന്ന്
കടൽക്കരയിലെ
പാറയിടുക്കിൽ
തല തകർന്ന് മരിച്ചത്...
അമ്മയുണ്ടായിട്ടും
വീട്ടിൽ അച്ഛനും മക്കളും
മാത്രമായിപ്പോവുന്നത്
അമ്മയല്ലാതാവുമ്പോഴാണ്...
അമ്മചൊല്ലും ആധി
കേൾക്കാത്തവൻ
പിന്നെ നിലവിളിക്കുന്നു...
വിസ്മയങ്ങൾ
സ്മരണകളാവുന്നു
അമ്മയുടെ ദുരഭിമാനം
മക്കളെ വിഷംതീണ്ടുന്നു
അമ്മയ്ക്കാർത്തി
കൂടുമ്പോഴാണ്
സൂര്യകിരണങ്ങൾ
ഇരുട്ടിലായിപ്പോവുന്നത്.
അമ്മച്ചൊല്ലുകൾ
തിരസ്കരിക്കുന്നവർ
ഒളിച്ചോടിതിരിച്ചുവരുന്നു.
ആവതില്ലാതാവുമ്പോഴാണ്
അമ്മ സ്വാർത്ഥയും
ക്രൂരയുമാവുന്നത്...

നിസ്സഹായയായ
അമ്മയുടെ മക്കളെ ചിലർ
ചവിട്ടിവീഴ്ത്തുന്നു.

അമ്മ
അമ്മയാവുമ്പോഴാണ്
മക്കൾനഷ്ടപ്പെടാതിരിക്കുന്നത്.
ഇനിയും മക്കൾ
വിഷം തീണ്ടാതിരിക്കട്ടെ.
ഇനിയൊരു മക്കൾക്കും
ചവിട്ടേൽക്കാതിരിക്കട്ടെ.

♦

ഒരേ പോലത്തെ കുപ്പായം

പുതിയ വീട്ടിലെ
ആദ്യത്തെ ഓണത്തിന്
എനിക്ക് ചുരിദാറെന്ന്...
അതിനും മുമ്പേ
അമ്മയ്ക്ക്മുമ്പിലവൾ
ചുരിദാറിട്ടുനടന്നിരുന്നു...
ചുരിദാറു കിട്ടിയ
മകളുടെ മുഖത്ത്പുഞ്ചിരി
പൂക്കളം തീർത്തു...
നിറങ്ങൾ അച്ഛന്റെ മുഖത്തും.
ഓർമ്മയിലെ ബാല്യം...
കഞ്ഞിമുക്കിയ
കുപ്പായത്തിൽ വിഷുവും...
കോടിമണമില്ലാത്ത
പൊന്നോണവും...
പൂവേ... പൊലി പൂവേ...
ഉത്സവം കെങ്കേമം...
ഏട്ടന്റെ പോലത്തെ
കുപ്പായവും
കൈയിൽ പിടിച്ചനിയൻ..
പ്രാവിൻ കുഞ്ഞുങ്ങൾ
വിരിഞ്ഞിറങ്ങിയ പോലുണ്ട്...
എനിക്കിതുവേണ്ടെന്ന് ചേട്ടൻ.
ഒന്നും മിണ്ടാതെ അനിയൻ...
ഒരേകുപ്പായത്തിൽ
രണ്ടു കൈയിലുംതൂങ്ങി

പൊട്ടിച്ചിരിയ്ക്കുന്ന
രണ്ടു ബാലകന്മാർ...
അവൻ പ്ലസ്ടു ആയത്
അച്ഛൻ മറന്നു...
അറിയാതെകണ്ണുകൾ
കൈകളിലെ തഴമ്പ്
നോക്കി
പിന്നെ കുപ്പായത്തിലും...
വളരേണ്ടിയിരുന്നില്ലെ-
ന്റെ മക്കൾ.

♦

വീട്ടമ്മ

ഒരുനെരിപ്പോടുള്ളിലെരി
യുന്നുവെങ്കിലും...
കർമ്മങ്ങളെല്ലാം
സമയബദ്ധം...

വേണ്ടായിരുന്നൂ...
ഇരിപ്പിടം.
സമയപരിധിയോ
തീരെയില്ല...

പാചകം...
പാഠം പഠിപ്പിക്കൽ...
പിന്നെയൊരു പനിച്ചൂടിന്
മരുന്നും നൽകും...

എല്ലാം മികച്ചത്
തന്നെയെങ്കിലും
രേഖയിലൊന്നും
ചേർത്തില്ലിതുവരെ...

ചുവപ്പിൽ കുരുങ്ങി
കിടപ്പില്ല കാര്യങ്ങൾ...
പരാതിക്കെട്ട്
പരിഹരിക്കും.

വക്കീലാവും
ചിലപ്പോൾ...

വാക്കിൻ മധുരം
തീർപ്പ് നൽകും!

മഴയത്ത് കുടയാകും
ചൂടിന് കുളിരേകും!
വിറയ്ക്കും നേരം
ചൂടുകാപ്പിയേകും!

ശമ്പളമില്ല...
രാജിയില്ല...
പിരിയലുമില്ല...
പിരിച്ചുവിടലുമില്ല!

കാലംകഴിയവേ...
ചൊല്ലിക്കേൾക്കുന്നു...
ഉണ്ടായിരുന്നത്രെ!
പൂർവികരാമമ്മമാർ
ചെയ്തോരു
ജോലി!
കാലഹരണപ്പെട്ടൊരാ
തസ്തികയ്ക്ക
ന്നിട്ടപേര്...
വീട്ടമ്മയെന്ന്!

♦

മൈക്ക് പറഞ്ഞത്

അനുമോദനമാണിന്ന്...
പറയുകയാണ് ഞാൻ.
അടുത്തിരുന്നൊ
രാളിനുള്ളിൽ...
ഇതിലുമെത്രയോ
ഞാനെന്നു
ചിന്തിക്കുന്നവരേറെയെന്ന്...

ഇനി ബോധവൽക്കരണം...
മദ്യപാനമാണ് വിഷയം!...
മുന്നിൽ സ്ത്രീജനങ്ങൾമാത്രം?...
പാടില്ല!
കുടിക്കുവാനെന്ന് ഞാൻ...

പക്ഷേ...
കേട്ടില്ലയവരൊന്നും
ഇവിടെങ്ങുമല്ലവർ!
എത്തിയിരിക്കുമോ വീട്ടിൽ?
ആടിക്കൊണ്ടായിരിക്കുമോ!...
ചുവന്നിരിക്കുമോ കണ്ണുകൾ!...
ഇനി
കൗമാരക്കാർക്കുള്ളത്!
മുന്നിൽ മുഴുവൻ
കൗമാരക്കാരികൾ!...
എന്തുപറയും ഞാൻ?...
കഴുത്തുമുറിച്ചില്ലിതു വരെ...

കരുതിയില്ലവർ
ആസിഡുമെണ്ണയും!..
മനം തുറന്നെന്നോട്
പറയുവിൻ...
ബോധ്യമാവേണ്ടത്
ഞങ്ങൾക്കല്ല...
ബോധം
വേണ്ടതവർക്കെന്ന്...
എനിക്കതൊന്നുറക്കെ
പറയണം.

♦

മൺപാത

കാതോർത്തിരി
ക്കയാണിന്നു ഞാൻ...
എന്നുമെന്നെവിളിച്ചുണ
ർത്തീടുമേറെയിഷ്ടമാം
നിന്റെകാലൊച്ചയൊന്നു
കേൾക്കുവാൻ...
എന്നുമെന്നരികിലെ
ഹരിതാഭയിൽകോർത്ത
മഞ്ഞിൻമുത്തുമാലകൾ
നിനക്കുവേണ്ടിയായിരുന്നു
ഇഷ്ടമായിരുന്നു.
നിന്റെ
കൊലുസിൻകിലുക്കവും...
തന്നെത്തന്നെ
മറന്നപൊട്ടിച്ചിരികളും.
പൊള്ളുന്നവെയിലെന്നെ
തളർത്തിയെന്നാലും...
വേനൽമഴയോ
കുളിർപകർന്നു!
കർക്കിടകമഴയിൽ
ഞാനൊഴുകാതെനിന്നതും
നിനക്ക് ചിത്രം
വരയ്ക്കുവാനായി
നിന്റെ കാലടിയൊച്ച.
കുറയുമ്പോൾ...

മിടിക്കുന്നെൻ ഹൃദയം
നീയില്ലയെങ്കിൽ...
പിന്നെയീ
മൺപാതയാം
ഞാനെന്തിനെന്ന്...

♦

മുഖാവരണം

മുഖാവരണമെന്ന് പേര്
പുഞ്ചിരിയന്യമാക്കിയ നിന്നെ
വേറെയെന്തു വിളിച്ചിടാം.
പൊയ്മുഖമെന്നോ
കപടമെന്നോ?
കൊതിയേറെയുണ്ട്.
മുഖം കാണിയ്ക്കുവാൻ.
പുഞ്ചിരിക്കുവാൻ.
ഉച്ചത്തിലൊന്നു
മൊഴിയുവാൻ.
ഇഷ്ടമാം മുഖഭാവങ്ങൾ
പൂർണമാവില്ല നയനങ്ങളിൽ.
മറച്ചിടുന്നതൊക്കെയും
മുഖാവരണമൊന്നിനാൽ.
നിമിഷനേരംപോലും
തിരികെയില്ല വരികയില്ല!
ഇനിയുമെത്രനാളിങ്ങനെ
മുഖപടമണിഞ്ഞിരിക്കണം
കേൾക്കുന്നുണ്ടെപ്പോഴും
കണ്ഠാഭരണമല്ലതാവരണം.
മുഖവും മൂക്കും മറച്ചീടെണം
ഇത് മുഖാവരണങ്ങളുള്ള കാലം.

♦

നീയെത്തുംവരെ

നീ മറഞ്ഞുപോയ
ദിനം മുതലെന്നും
ഒറ്റയ്ക്കിരിപ്പു ഞാനീ
യുമ്മറത്തിണ്ണയിൽ!
ഒരുവാക്കെനിക്കുമറന്നുപോയോ...
തനിച്ചാക്കിപോവില്ലയെന്ന
ഒരു വാക്ക് നീമറന്നുവോ...
മുന്നിലിരുട്ട് മാത്രം.
ഞെക്കുവിളക്കായിരുന്നു നീ...
ഇടറുന്നെൻകാലുകൾ...
ഊന്നുവടിയും നീയെടുത്തു
ഉരുകുന്നു ഞാനീവിരഹചൂടിൽ...
എന്തിനു വിശറി നീ കൊണ്ടുപോയി...
ഒരുപുഞ്ചിരിയവന്റെ
ചുണ്ടിൽ
കള്ളിയവൾകാറ്റായ് തലോടി
ഉറക്കമെനിക്കിന്ന്
ദൂരെ
എന്റെ ഉറക്കമരുന്നല്ലയോ...
വേണ്ടപുതപ്പീതണുപ്പിലും
നീയെന്നെ
തലോടിയുറക്കി...
ഗതകാലമോർമ്മയിൽ
ഒരു ഗദ്ഗദമവനിൽ...
വർണപ്പട്ടമായിരുന്നവൾ!

ചരടതുകെട്ടാൻ
മറന്നേപോയ്.
എന്റെ സ്വപ്നവുമെന്റെ
സ്വരവും.
നീ തന്നെയല്ലയോ.
ഇനി ഉറക്കം.
നടിച്ചു കിടക്കാം...
നീയെന്നെയുറക്കാ.
നെത്തും വരെ.
♦

ഒരിക്കൽക്കൂടി...

ഒരിക്കൽകൂടിയാ...
ഗർഭപാത്രത്തിലൊന്നു
ചുരുണ്ടുകൂടണം
പരുക്കൻ കൈകൾ
തൻ തലോടൽ
ഇഷ്ടത്തോടെ.
അനുഭവിച്ചറിയണം.
കുസൃതി കാണുമ്പോൾ
കള്ളക്കണ്ണിറുക്കി
കാണാഭാവംനടിക്കണം.
താരാട്ടൊന്നു മൂളുന്നത്
ഇളംപുഞ്ചിരിയാലെ.
കേട്ടങ്ങുറങ്ങണം.
ഉറക്കമുണർന്നുടൻ
കൈകാൽ നിവർത്തി
ചെറുതായിട്ടൊന്നു
ശല്യമാവണം.
അരുതേയെന്നരു
മയോടോതുമ്പോൾ
പെട്ടെന്നങ്ങു ചുരുണ്ടുകൂടണം...
ഒടുവിൽ...
പുതുലോകംകാണുമ്പോൾ
പോവേണ്ടെനിക്കെന്ന്
നിലവിളി തുടങ്ങണം.

♦

വിലാപം വിലയ്ക്ക് വാങ്ങുന്നവർ

മുടിത്തുമ്പിലെ ഇറ്റുവീഴാറായ
വെള്ളത്തുള്ളികളെ
അന്നാണയാൾ കണ്ടത്.
അവൾ
നാലുവയസ്സുകാരനെ
എണ്ണം പഠിപ്പിക്കുന്നു.
ജനലഴിയിലെ അവളുടെ
ഒഴിഞ്ഞകൈത്തണ്ടകളിൽ നിന്നും
കണ്ണുകൾ പിൻവലിച്ചു.
നന്നായിസ്നേഹിച്ചപ്പോഴാണ്
അവളുടെ കാതും
കഴുത്തുമൊഴിഞ്ഞുപോയത്.
ചോറിൻകലവും കറിച്ചട്ടിയും
മുറ്റത്തെ പൂച്ച നക്കി.
എരിയുംവയർ കണ്ടതേയില്ല.
എന്നിട്ടുമവൾ കേണു
കരളെനിക്കെന്ന്.
ശീതീകരിച്ച മുറിയിൽ.
കൂട്ടരോടൊപ്പം
മേശപങ്കിട്ടപ്പോഴും
കത്തിതീരുന്നതറിഞ്ഞില്ല.
അവശതയിലാണ്
അവളെ തിരിച്ചറിഞ്ഞത്.
നീ കഴിച്ചോ...
അവൾ ആർദ്രതയോടെ
അവനെനോക്കി..
ചോദ്യം മാത്രം...
നൽകാനൊന്നുമില്ലായിരുന്നു...
ചോദിച്ചകരളുപോലും...

♦

ഇത്തിരിക്കൊന്നപ്പൂവ്

പൊന്നുവേണ്ടിടത്ത്
ഞാൻ മതിയെന്ന്!
എന്നിലെശാന്തതയിൽ
നീ ആശ്വസിക്കരുതേ...
നോവുന്നുണ്ടെന്റെയുള്ളം.
എന്റെ മഞ്ഞനിറം
നിന്നെവല്ലാതെ
ആകർഷിച്ചുവോ?
വേണ്ട.
ആയുസ്സെനിക്ക് കുറവാണ്
ആരോഗ്യവും.
നീറുന്ന ഹൃദയവും
പൊള്ളുന്ന
കവിളുമാണെനിക്ക്.
വരാതെയെനിക്കാവില്ല.
പൂക്കാതെയും...
വിഷുക്കാലമല്ലേ.
വേവുന്ന മണ്ണിൽ ഇല
മുഴുവൻ
പൊഴിയിച്ചിട്ടാണെന്റെ വരവ്
വിഷാദമാണെന്റെയുള്ളിൽ
കാണാനാഗ്രഹമുണ്ട്
ഒരിക്കലെങ്കിലും
നിന്റെ നിറഞ്ഞ പച്ച!!
മിഴിയൊന്നമർത്തിയാൽ
വീഴുന്നകണ്ണീരുണ്ടെന്നിൽ

ഞാൻ ഗ്രാമത്തിൻ നന്മയാണ്
പക്ഷേ... ഇപ്പോൾ
കാലംതെറ്റിയാണ്
ഞാനെന്ന്
ഇത്തിരിക്കൊന്നപ്പൂവ്.

♦

ഉത്സവപ്പിറ്റേന്ന്

കൺമുന്നിലപ്പോഴും
ഉത്സവപ്പറമ്പായിരുന്നു.
പൊട്ടിയബലൂണുകൾക്കും
കുപ്പിവളപ്പൊട്ടുകൾക്കുമിടയിൽ
മുഖം കുനിച്ചിരുന്നവൻ
അവളുടെകാൽപ്പാടുകൾ പരതി.
പിന്നെ...
നിരാശയോടെ
ആ ആൽത്തറയിലിരുന്നു.
ഇന്നലെ...
ആ പച്ചനിറമുള്ള ചുരിദാറിൽ
അവൾ പതിവിലും
സുന്ദരിയായിരുന്നു!
അമ്പലമുറ്റത്തെ
തായമ്പകയേക്കാൾ
കൊട്ടിയത്
അവന്റെയുള്ളിലായിരുന്നു
പക്ഷേ...
അവനെക്കാണാഞ്ഞോ
കാണാഭാവമോ.
കുറച്ചു ദൂരെ
അരമതിലിലിരുന്നവൾ
കൂട്ടുകാർക്കൊപ്പം
സെൽഫിയെടുക്കുന്നു.
അപ്പോഴുമവൾ
അവനെക്കണ്ടില്ല

അവസാനം
ഒന്നും മിണ്ടാതവൾ
പോവുമ്പോൾ
പ്രതീക്ഷയോടെ...
അവളൊന്നു
തിരിഞ്ഞുനോക്കുമെന്ന്.

♦

പരാതി

റോസാപ്പൂ
വണ്ടിനോട്...
എത്രയെത്ര
നിറങ്ങളിലാണിപ്പോൾ
എല്ലാവർക്കും
അവരെയേ വേണ്ടൂ.
എന്റെ പനിനീർ
സുഗന്ധം...
എങ്ങനെ
പറഞ്ഞു മനസ്സിലാക്കും

വണ്ട്...
പരിഭവം വേണ്ട
മണവും ഗുണവും
നിനക്ക് തന്നെ...
പിന്നെ പേര്
അത് നിനക്ക് സ്വന്തം...
ഇപ്പോഴുമെപ്പോഴും...
♦

ഒരാൾമാത്രം...

സ്നേഹ
സാന്ത്വനമമ്മ
അമ്മയെപ്പോലെ?
കരുതലും
തലോടലുമാണച്ഛൻ
ഉണ്ടാവാം.
ഗുരുക്കന്മാരെ
പോലെയവർ മാത്രം.
പോലെയല്ല
വേണ്ടത് തന്നെ ദൈവം.
അപ്പൂപ്പനുമമ്മൂമ്മയും
പോലെ.
മക്കളെപോലെയും...
കൂടപ്പിറപ്പുകൾ
പോലെയും.
സഹപാഠിയെ
പോലെയില്ലേ...?
കൂട്ടുകാരെപ്പോലെ
അതാർക്കുമാവാം
പക്ഷേ...
എല്ലാം പോലൊരാൾ
എല്ലാമാണയാൾ
പദമെന്തായാലും
പദവിയെന്തായാലും
പോലെയല്ലാത്തത്
ആ ഒരാൾമാത്രം.

♦

സ്മരണ

പുഴു തൊട്ടില്ലെങ്കിൽ
പൂർണമായപൂവായേനെ
അക്ഷരം
തെറ്റിയിരുന്നില്ലെങ്കിൽ
ഈണത്തോടെ
ചൊല്ലാമായിരുന്ന
കവിതയായേനെ...
വാക്കുകൾ വരികൾ...
തെറ്റിയിരുന്നില്ലെങ്കിൽ
രസമുള്ളകഥആയേനെ
സ്വയം ചുരുട്ടിക്കൂട്ടി
എറിഞ്ഞില്ലായെങ്കിൽ
സുരഭിലമായേനെ...
ഇപ്പൊൾ
തോന്നിയപോലെ
വായിക്കപ്പെടുന്ന
പൂർണ്ണമാക്കപ്പെടാ
ത്തൊരു പുസ്തകം...

♦

മിഠായി ഇല്ലാക്കാലം

പിറന്നാളിന്റന്ന്
മിഠായിപ്പൊതിയുമായി
വന്നവനോട്
ഇതിവിടെ പാടില്ലെന്ന് ടീച്ചർ
അവന്റെ മനസ്സു തേങ്ങി
ഒപ്പംപൊതിയ്ക്കുള്ളിലെ മിഠായിയും.
മുറുകെപിടിച്ച ഉള്ളം കൈ
കുഞ്ഞനുജനു മുമ്പിൽ
മെല്ലെമെല്ലെ തുറന്ന് കൊതിപ്പിക്കുന്ന
അവളെ നോക്കി അമ്മ കണ്ണുരുട്ടി.
നിരപരാധിയായ മിഠായി
തൊടിയിൽ കിടന്നു നിലവിളിച്ചു.

വൈകിട്ട് അച്ഛൻ വരുന്നതും കാത്ത്
ഉമ്മറത്തിരിക്കുന്ന
അവർക്കൊപ്പം അമ്മയും
പോലീസിനെപ്പോലെ...
ഇവരുടെ ഇരിപ്പ് കണ്ട്
ഇനി മിഠായിയില്ലെന്ന
നിലപാട് അച്ഛനെങ്ങാനും
മാറ്റിയാലോ.

ബാല്യമേ
നീചരാം മാഫിയകൾ നിന്നെയും
വിഷലിപ്തമാക്കുന്നു.
നീയിനിമേൽ

നല്ല മധുരം നുണയെണ്ടെന്ന്!
മിഠായി മറന്നേക്കെന്ന്.
കൂട്ടരൊത്ത് നീ നടക്കേണ്ട.
തീ തിന്നട്ടെ നിന്റച്ഛനുമമ്മയും...
തിരിഞ്ഞും മറിഞ്ഞും നീ
നോക്കരുത്.
കൂർത്ത ദ്രംഷ്ട്രങ്ങൾ
നിനക്കുനേരെയെന്ന്!

സ്റ്റിക്കറായും പൗഡറായും...
പലതായും ലഹരിയെന്ന്!

ബാല്യമേ...
ഇനി വന്നേക്കുമോ
മിഠായിയില്ലാക്കാലം.
♦

ഒറ്റയ്ക്കൊരു മീൻ

അക്വേറിയത്തിലെ
ആ മീൻഒറ്റയ്ക്കായിരുന്നു...
നീണ്ടൊരു യാത്രയ്ക്ക്
എന്നുമൊരുങ്ങാറുണ്ട്.
പക്ഷേ...
നാലു ചുവരുകളിൽ
തട്ടിനിന്നുപോവും...
നോക്കി
രസിച്ചവരൊന്നും
പൊള്ളുംനോവറിഞ്ഞതില്ല
ചിതുമ്പലുകൾവെറുതെ
പൊഴിയുന്നതിനിടയിൽ
ഒരുവേളയൊന്നു പുറത്തുചാടി.
പക്ഷേ... ജീവന് ജലംവേണമായിരുന്നു...
പിടഞ്ഞുപോയെങ്കിലും
തിരിച്ചില്ലെന്നുറച്ചു.
ഇന്ന്...
ആ മീൻ ഒറ്റയ്ക്കല്ല
തിരയിളകുന്നകടലിനുമൊപ്പം
തീരംതൊടാറുണ്ടിപ്പോൾ
ജീവിതം സഫലം.!

♦

ഒന്നുമില്ലെന്നറിഞ്ഞിട്ടും

ഒന്നുമില്ലെന്നറിഞ്ഞിട്ടും
നിന്നെ മാത്രം മതിയെന്ന്
പറഞ്ഞ്
അന്ന്കൂടെ കൂട്ടിയവൻ
നിനക്ക് എന്തുണ്ടെന്ന്
ഇന്ന്
ഓർമ്മിപ്പിച്ചു
കൊണ്ടേരിയിക്കുമ്പോള
വളുടെ നെഞ്ചകം നീറി...
നാലാളുകൂടുമിടങ്ങളിൽ
നിനക്കെന്തറിയാമെന്ന
ചോദ്യം കേട്ട്
ഉയർന്ന പൊട്ടിച്ചിരികൾക്കൊപ്പം
മങ്ങിയ ചിരിയോടെ
അവളും ചേർന്നെങ്കിലും
ഉള്ളംപൊട്ടിക്കരഞ്ഞു...
നിസ്സഹായായ അവൾക്കിനി
പ്രതീക്ഷ മക്കളിലെന്ന്...
അവർ പത്താംക്ലാസ്സിൽ
പത്തരമാറ്റ് തിളങ്ങിയവർ.
തലകുനിയരുതാർക്കു
മുന്നിലുമെന്നമ്മ
ചൊല്ലിപഠിപ്പിച്ചവർ.
പക്ഷേ...
ഇന്നവർ
ഒന്നും മിണ്ടാതെ...

ചുറ്റും കാണാതെ
കേൾക്കാതെ.
ഇമയൊട്ടും ചിമ്മാതെ
അവരുടെ
കുനിഞ്ഞതലമാത്രം
കാണുന്നത്
അമ്മയ്ക്കിന്നേറെ വിഷാദം.

♦

പേര് നഷ്ടപ്പെട്ടുപോയവൾ

അവൾ മുട്ടിലിഴഞ്ഞതും
പിച്ചവെച്ചതും
അച്ഛനന്ന് കാതിൽ ചൊല്ലി
വിളിച്ച പേരിലായിരുന്നു
ഒരു നാൾവേട്ടക്കാർ അവളുടെ
പേര് വലിച്ചുകീറിതാഴെയിട്ടു.
അവൾക്ക് പേരില്ലാതായി
നീതിപീഠമേ...
നീ... കരുണ ചെയ്യുക
നീയവൾക്കിന്ന്
ഇരയെന്ന ഓമനപ്പേരിട്ടു.
ഒരുവൾക്ക് പിന്നെ നാടിൻ പേര്.
നാടിന്റെ പേരുള്ളപെൺകുട്ടി!
അപമാനത്തിന്റെ
മഹാഗർത്തങ്ങളിലേക്ക്
എടുത്തെറിയപ്പെട്ടവൾ.
വേട്ടനായ്ക്കളിപ്പോഴുമവളെ
കടിച്ചുകീറുന്നു.
വേട്ടക്കാരൻ
നിഗൂഢച്ചിരിയുമായി.
അവൾ
സ്വതന്ത്രയായിനടന്നതോ...
പുത്തൻ വസ്ത്രങ്ങൾ
ധരിച്ചതോ
അവൾക്ക് മുറിവേറ്റത്.
തിമിരം ബാധിച്ച

'അവർ'
അങ്ങിനെ പറയട്ടെ.
നീ...
സടകുടഞ്ഞെണീൽക്കുക.
പൊരുതി നീന്നീടുക...
വേട്ടക്കാരനെതിരെ
തിരിഞ്ഞീടുക.
ശബ്ദമില്ലാത്തവരുടെ
ശബ്ദമാണ് നീ...
ഉയർത്തെഴുന്നേൽക്കും
നീയൊരിക്കൽ
അവന്റെ
ചീഞ്ഞ വ്രണങ്ങളിൽ
എരിവുപുരട്ടാൻ.
♦

അകലെയകലെ

കാറ്റുവന്നു
മെല്ലെതലോടിയപ്പോൾ
അറിയാതെയവൾ
കണ്ണുതുറന്നു.
അതിലവന്റെ
നിശ്വാസമുണ്ടായിരുന്നു...
ഒരുതൂവൽസ്പർശംപോലെ...
ചുണ്ടിലൊരു
പനിനീർപ്പൂവുമായി
അകലെനിന്നും
പറന്നുവരുന്ന മാടപ്രാവിനെ
ആത്മഹർഷത്തോടെ
യവൾ നോക്കിനിന്നു...
കുളിരിനെവകഞ്ഞുമാറ്റി
വെയിൽഇളംമഞ്ഞിനിടയിലൂടെ...
അവളെയൊന്നെത്തിനോക്കി.
പ്രിയനേ... അകലെനീ
എന്നെയോർത്തിരിക്കുന്നുവോ...
കാറ്റ്അവളുടെപാതികൂമ്പിയ
മിഴികളിലൊരുമ്മനൽകി
അത്... അത്
അതവനായിരുന്നു.

♦

ഉറക്കം

കണ്ണു ഞാൻ
ചിമ്മിക്കിടന്നീടുകിൽ
അറിയാതെവന്നു തലോടിയേക്കും.
വിസ്മയിപ്പിക്കും വികൃതികാട്ടും...
സ്വപ്നലോകത്തെന്നെ
കൊണ്ടുപോവും.
പ്രാണനോടൊപ്പം പൂവാടിയിലും
നീന്തിത്തുടിക്കുമാചോലയിലും
മുന്നിലെത്തിക്കും ചിലപ്പോളവൻ
ഈ മണ്ണു വിട്ടങ്ങ്പോയവരെ.
ഇരുട്ടിനെ എന്നും കാമിച്ചവൻ...
നിലാവിനെയോ പ്രണയിച്ചവൻ
ആഞ്ഞൊന്നുപുൽകുവാൻ
തോന്നിയാലോ ദൂരേയ്ക്ക്മാറി
പരിഹസിക്കും.
എങ്കിലും നിശ്ചയം
ഒരുനാളവൻ
വിളിക്കാതെവന്നെന്നെ
ചേർന്നുനിൽക്കും
ഇല്ലനിന്നോടൊപ്പം കൂട്ടുകൂടാൻ.
കണ്ടുമതിയായിട്ടില്ലെനിക്കീ
തൂവൽകുടഞ്ഞുവരും പുലരി.
വേണമീപ്രഭാസൂര്യനെയും
കൊതിതീർന്നതില്ലയീസന്ധ്യകളും.
രാത്രിനിലാവെങ്കിലേറെയിഷ്ടം.
ഇനി ഞാനുറക്കംനടിക്കയില്ല

ഉറങ്ങിത്തീർക്കില്ലയീ പകലുകൾ
ഉറങ്ങാതിരിക്കില്ലയാമങ്ങളിൽ.
ഈകാലമിനിയില്ലറിയാം
ഇനിയുമില്ലീക്കാലമെന്നറിയാം.
♦

പുഴ

കാറ്റിനോട് കഥ
പറഞ്ഞ്
കിളികളോട്
കിന്നാരമോതി...
കളകളമൊഴുകി
വരുന്ന പുഴയെ,
എത്തിവലിഞ്ഞൂയലാടി
കൈകൾ നീട്ടി തഴുകി
കുഞ്ഞുവള്ളിച്ചെടി.
പോരുന്നോ കൂടെ?
കണ്ണിറുക്കി.
പുഴചോദിച്ചു...
ഇല്ല... ഇപ്പോഴില്ല.
പിന്നെ!!
കുണുങ്ങിച്ചിരിച്ച്!
കുസൃതിയോടെ.
തെല്ലഹങ്കാരത്തോടെ
യവൾമൊഴിഞ്ഞു.
പൊട്ടിച്ചിരിച്ച്
പുഴയൊഴുകി മറഞ്ഞു.
പിന്നീട്...
കലങ്ങിക്കുതിച്ചുവരുന്ന പുഴയെ,
പേടിയോടെ നോക്കി.
തിരിഞ്ഞുനോക്കുമ്പോഴേക്കും.
മുറുകെപിടിച്ചിരുന്ന മണ്ണ്
ചെടിയെ കൈവിട്ടിരുന്നു.

♦

കവിതവഴിയിലെ പെൺപ്രകൃതികൾ

മനോജ് കുമാർ പഴശ്ശി

അനിത കെ. കാരയുടെ മൂന്നാമത്തെ പുസ്തകം പുറത്തു വരുമ്പോൾ ഈ എഴുത്തുകാരിയെ വായനക്കാർക്ക് ഒട്ടുമേ പരിചയപ്പെടുത്തേണ്ടി വരുന്നില്ല എന്നതാണ് പ്രധാനപ്പെട്ട കാര്യം.

ആദ്യ രണ്ടു കഥാ പുസ്തകങ്ങളും ഒരു വീട്ടമ്മയുടെ ജീവിതത്തിന്റെ ജാലകക്കാഴ്ചകളായ കഥകളായിരുന്നു. മൂന്നാമത്തേത് ഒരു കവിത സമാഹാരമാണെന്നു മാത്രമല്ല, കൂടുതൽ സർഗാത്മകവുമാണ്. തന്റെ സ്വകാര്യ ജീവിതത്തിന്റെ സ്നിഗ്ദവും സന്നിഗ്ദവുമായ ഇടങ്ങളുടെ ആവിഷ്കാരമായി വായിച്ചെടുക്കാവുന്ന ആദ്യ കൃതിയിൽ നിന്ന് കുറേക്കൂടി സാമൂഹ്യ പരമായും രചനാപരമായും മുന്നേറുന്നതായി ഈ കവിതകളെ തിരിച്ചറിയാൻ കഴിയും. സാമൂഹ്യപ്രവർത്തക എന്ന നിലയിലും എഴുത്തുകാരി എന്ന നിലയിലും പ്രശ്നങ്ങളെ വിമർശന പരമായി നോക്കിക്കാണാനുള്ള ശേഷിയും താല്പര്യവും ഈ പുസ്തകത്തിലെ കവിതകളിൽ കണ്ടെത്താൻ കഴിയും.

സമാഹാരത്തിന്റെ പേര് (ഒറ്റയ്ക്കൊരു മീൻ) സൂചിപ്പിക്കുന്ന കവിത തന്നെ എഴുത്തുകാരിയുടെ ജീവിതാഭിമുഖ്യത്തെ പ്രകടിപ്പിക്കുന്നതാണ്.

അക്വേറിയത്തിലെ മീൻ ഒറ്റയ്ക്കായിരുന്നു. അക്വേറിയത്തിന്റെ അതിരുകൾക്ക് അപ്പുറത്തേക്ക് നയിക്കുന്നത് എഴുത്തു വഴികളാണെന്നും ഒടുവിൽ ആ മീൻ ഒറ്റയ്ക്കല്ല എന്നും കവിത വായനക്കാരനോട് പറയുന്നു.

പ്രകൃതി ജീവിതം മഴയായി പെയ്തിറങ്ങുന്ന വരികൾ കൊണ്ട് മനോഹമായ കവിതകൾ ഈ സമാഹാരത്തിലുണ്ട്. മഴ തോർന്ന പുലർകാലം, ഇലകളിൽ വീണ മഴത്തുള്ളികൾ, ബാല സൂര്യന്റെ കിരണങ്ങൾ തുടങ്ങി ബിംബസമൃദ്ധമാണു പല കവിതകളും. മഴ തനിക്കൊപ്പം സഞ്ചരിക്കുന്ന വികാരവിചാരങ്ങളായിത്തീരുന്ന കവിതയാണ് മഴയ്ക്കൊപ്പം.

മഴ പിന്നാലെയോടി പാതിവഴിയിൽപിടികൂടി പാവാടയെ പറത്താൻ നോക്കി കുട തട്ടിപ്പറിച്ചോടി എന്നിങ്ങനെ പല ഭാവത്തിൽ പ്രത്യക്ഷപ്പെട്ട് പെരുമഴയായി കെട്ടിപ്പിടിച്ച് യാത്ര ചോദിക്കുമ്പോൾ കാർമേഘമായി മാറുന്നു

എന്നിങ്ങനെ മഴ പ്രകൃതിയുടെ വരദാനമായിത്തീരുന്ന അനുഭവങ്ങളാണത്.

മഴഭാവങ്ങളിൽ നിന്ന് പ്രകൃതിയുടെ നിലനിൽപ്പിലേക്കായി പിന്നെ ശ്രദ്ധ :

മരമൊരു വരമെന്നാൽ
നമുക്കും നടാമൊരുമരം
എന്ന തിരിച്ചറിവിലെത്തുന്നു.

മുടി എന്ന ബിംബം കറുത്ത് യൗവ്വനയുക്തയായും നരച്ച് വൃദ്ധയായും ഭക്ഷണത്തിൽ വീണ് വെറുപ്പായും മാറുന്നതിന്റെ കവിതയാണു നര. എല്ലാ പ്രതിബന്ധങ്ങളും നീന്തിക്കടക്കുവാൻ നീ നീയാവുക എന്നാണാഹ്വാനം. വില പേശിക്കിട്ടുന്ന താലി

ഫണമെടുക്കും
വിഷം പരത്തും
കുരുക്കിടും പിന്നെ
നിറതോക്കാവും

എന്നിങ്ങനെ ശക്തവും തീവ്രവുമായ ആശയ ലോകത്തിലേക്ക് പ്രവേശിക്കുന്നു

വീട്ടമ്മ സാഹിത്യത്തിൽ നിരന്തരം പ്രയോഗിക്കുന്ന വിഷയമാണ്. എങ്കിലും എത്ര തന്മയത്വത്തോടെയാണ് അനിത കെ.കാര വീട്ടമ്മയുടെ ജീവിതം വരച്ചിടുന്നത് :

ശമ്പളമില്ല
രാജിയില്ല
പിരിയലുമില്ല
പിരിച്ചു വിടലുമില്ല

വായനയുടെ സൂക്ഷ്മതയിലേക്ക് സഞ്ചരിക്കുന്നതാണ് വായനക്കാരുടെ ശ്രദ്ധയ്ക്ക് എന്ന കവിത. ശരിയായ വായനയാണ് അതിന്റെ കാവ്യഭംഗി എന്ന് ഓർമ്മപ്പെടുത്തുന്നു.

കോടി മണമില്ലാത്ത ഓണവും കഞ്ഞി മുക്കിയ കുപ്പായത്തിന്റെ വിഷുവും (ഒരേ പോലത്തെ കുപ്പായം) കുട്ടിയുടെ മനസ്സിനൊപ്പം തേങ്ങുന്ന, തൊടിയിൽ കിടന്നു നിലവിളിക്കുന്ന മിഠായിയും (മിഠായി ഇല്ലാക്കാലം) വ്യത്യസ്ത കാലങ്ങളെ ഓർമ്മപ്പെടുത്തുന്നു. ഇല്ലായ്മകളിൽ നിന്ന് നീചർ വിഷലിപ്തമാക്കിക്കളഞ്ഞ വർത്തമാനകാലത്തെ ഓർമ്മപ്പെടുത്തുന്ന കവിത.

തായമ്പകയേക്കാൾ

അവന്റെയുള്ളിൽ കൊട്ടുന്ന
(ഉത്സവപ്പിറ്റേന്ന്) സ്നിഗ്ദ പ്രണയഭാവത്തേയും
നീറുന്ന ഹൃദയവും
പൊള്ളുന്ന
കവിളുമായി
വരുന്ന കൊന്നപ്പൂവും

(ഇത്തിരി കൊന്നപ്പൂവ്) നഷ്ടബോധത്തിന്റെ അനുഭവങ്ങൾ വായനക്കാരിൽ ചേർത്തു വെക്കുന്നു. പ്രകൃതിയും മനുഷ്യരും ഇഴ ചേർന്നു കിടക്കുന്നു. സമൃദ്ധിയാണ് അനിത കെ. കാരയുടെ കവിതകളുടെ സവിശേഷത.

ഞെക്കുവിളക്കും ഊന്നുവടിയും വിശറിയുമായിത്തീരുന്നവൻ/മറഞ്ഞു പോയ ദിനത്തിന്റെ ഉറക്കമില്ലാ ദിനരാത്രങ്ങൾ (നീയെത്തും വരെ) ആരെയും നൊമ്പരപ്പെടുത്തുന്നതാണ്. മുഖാവരണം ജീവന്റെ രക്ഷാകവചം മാത്രമല്ല, പൊയ്മുഖവുമായി തീരുമെന്ന നിരീക്ഷണം വ്യത്യസ്തത പുലർത്തുന്നു.

ഇനിയുമുണ്ട് മികച്ച കവിതകൾ. അവയിലെല്ലാം അവർ വാക്കുകൾ കൊണ്ട് വന്നു തൊടുകയും മുറിവേറ്റ അക്ഷരത്തെ ചൂണ്ടി കാലത്തെ ഓർമ്മപ്പെടുത്തുകയും ചെയ്യുന്നു. പരിസ്ഥിതിയെഴുത്ത് ഇന്ന് കേവലമായ പ്രകൃതി സ്നേഹമല്ല, എല്ലാം വെട്ടി വെളുപ്പിക്കുന്ന ആസുരമായ കാലത്തെക്കുറിച്ചുള്ള ഓർമ്മപ്പെടുത്തലാണ്. മനുഷ്യൻ കുറേക്കൂടി മെച്ചപ്പെട്ട കാലത്തു കൂടി കടന്നുപോകുമ്പോഴും സ്ത്രീകൾക്കും ദുർബലർക്കും നേരിടേണ്ടി വരുന്ന കറുത്ത ലോകത്തെക്കുറിച്ചുള്ള ഓർമ്മപ്പെടുത്തലായി ഈ കവിതകൾ മാറുന്നുണ്ട്. അത്തരമൊരു നിലപാടിൽ നിന്നു കൊണ്ട് കഥയിലെന്ന പോലെ കവിതയിലും ഈ എഴുത്തുകാരിയെ കണ്ടുമുട്ടുന്നതിൽ അതീവ സന്തോഷമുണ്ട്.

•